சொற்பாவை

சே.அருண் செல்வகுமார்

இந்தப் பக்கம்!

என்னுடைய பெற்றோர்க்கும்...

என்னுடைய ஆசிரியர்களுக்கும்...

மறைந்த கவிஞர்களுக்கும்...

கவிதை எழுதும் என் தோழமைகளுக்கும்...

பொருளடக்கம்

அணிந்துரை

செயல் சிறந்தது என்று அறிஞர்கள் சொல்வர். அதன்படி என்னுடைய கல்லூரித் தோழரும், கவிஞருமான சே.அருண் செல்வகுமார் தனது எண்ணத்தைச் செயலாக்கி கவிதையாக செதுக்கியுள்ளார். இந்தப் படைப்பின் மூலம் தன்னை ஒரு இலக்கியவாதியாக நிரூபித்து இலக்கிய உலகில் தனது முதல் படியை எடுத்து வைத்துள்ளார். அவரது இலக்கிய பயணம் சிறக்க எனது மனமார்ந்த வாழ்த்துகள்.

தோழரின் கவிதைகள் **கல்வியின்முக்கியத்துவம்,** தமிழ்ப்-பற்று, **இளைஞர்நலம், சுற்றுச்சூழல்சீர்கேடு** போன்ற கருத்-துக்களையும், **அடி! நீயும்நானும்மனிதர்கள்தானடிபாப்பா** என்ற ஒற்றைவரி சாதி வேற்றுமைக்கு எதிராக தோழரின் குரலாக ஒலிக்கிறது. தோழர் சமூகத்தின் மீது ஆழ்ந்த அக்-கறை கொண்டுள்ளார் என்பது இந்நூலின் மூலம் வெளிப்ப-டுகிறது. நண்பருக்கு எனது அன்பையும், இந்நூல் வெற்றி-பெற வாழ்த்துக்களையும் தெரிவித்துக்கொள்கிறேன்.

அன்புடன்

பா.அரவிந்தராஜ்

25.01.2022

முன்னுரை

என் மனதில் தோன்றிய கவிதைகளை அவ்வப்போது காகிதங்களில் எழுதியிருந்தேன். அவற்றில் ஒரு சிலவற்றை தேர்ந்து இந்நூலாக வெளியிடுகின்றேன். என்னுடைய மனதில் தோன்றியதை, நான் பெற்ற அனுபவங்களை, 'சொற்பாவை'களாக வடித்துள்ளேன்.

இந்நூலுக்கு அணிந்துரை வழங்க வேண்டும் எனக்கேட்டவுடன் ஒப்புக்கொண்ட என்னுடைய கல்லூரித் தோழரும், கவினுருமான பா.அரவிந்தராஜ் அவர்களுக்கு என் அன்பை தெரிவிக்கிறேன். என்னுடைய பள்ளி ஆசிரியர்களுக்கும், முனைவர் ஆ.ஜெகதீசன் ஐயா அவர்களுக்கும், முனைவர் முருகானந்தம் ஐயா அவர்களுக்கும், முனைவர் துரை.மணிகண்டன் ஐயா அவர்களுக்கும், முனைவர் தட்சிணாமூர்த்தி ஐயா அவர்களுக்கும், முனைவர் குணசுந்தரி அம்மா அவர்களுக்கும், முனைவர் அனிதா அம்மா அவர்களுக்கும் மற்றும் துறைப் பேராசிரியர்களுக்கும், ஆங்கிலத்துறை பேராசிரியர்களுக்கும் எனது மனமார்ந்த நன்றிகளைத் தெரிவித்துக்கொள்கிறேன். நிறைய கவிதைகள் வாசிக்க இன்பம் தருபவை. ஆனால், சில கவிதைகள் நம் நினைவில் நின்று இன்பம் தருபவை. அப்படி நான் எழுதிய இக்கவிதைகளும் உங்கள் மனதில் நீடித்து நிற்கும் என நம்புகிறேன்.

அன்புடன்

சே.அருண் செல்வகுமார்

25.01.2022

1. சொற்பாவை

அவன் அப்படித்தான்!
இல்லை! இல்லை!
இப்படித்தான்
அப்படி இப்படித்தான்
ஊர்வாய்!
●

உனக்கு ஒரு முழுக்கு
உன் மொழிக்கு ஒரு முழுக்கு
ஒன்றும் புரியவில்லை
ஆளை விடு!
அரவணைக்கும்
அன்னைத் தமிழ்
என்னை அழைக்கின்றது!
●

சோம்பேறிக்குச் சோம்பல்!
ஆர்வமுள்ளவனுக்குச் சுறுசுறுப்பு
இரண்டும் இயல்பாய்
தான் வருமோ?
●

நடிகன் வேடம் தரிக்கிறான்

மேடையில் நடிக்கிறான்
தினந்தினம்
வேடம் போடும் கூட்டம்
கைகளைத் தட்டுகிறது பலமாக!

●

பச்சைமரம் பற்றி எரிகிறது
பாவிப்பயல்
பற்ற வைத்ததால்...

●

மயில் ஆடிற்று!
மாமழைப் பெய்தது!
ஈரநிலம் எங்கும்

●

பெண்ணுக்கு ஓர் அறம்
ஆணுக்கு ஓர் அறம்
என்றில்லாதிருப்பதே
நல்லறம்!

●

புதுமைப் பெண்கள்
புரட்டிப் போடுகிறார்கள்
ஆண்களின் ஆணவப்போக்கை!

●

கிடக்கிறது பிணம்
அப்படி இப்படி
எப்படியெல்லாம்
வாழ்ந்தோமென்ற எண்ணத்தில்
அனாதையாய்!

*

ஐந்து ஜி அலைக்கற்றை
தரமாக வந்தாலும்
தனியுரிமைக்கு
அஞ்சித்தான் வாழ நேரிடுகிறது.

*

ஊரார்க்குத் துக்கம்
படித்தவன் வேலை
வாங்கிவிட்டானே
இனி யாரைக் குறைகூறுவது?

*

பெரியவன் என்ற அகந்தை
அரைநொடியில் அகன்றுவிட்டது!
சிறுவனுடன் விளையாடும்போது

*

மலர்கள் மலர்ந்திருந்தன!
முகர்ந்து முகர்ந்து பார்த்தேன்!
அலர்ந்தன அவை.

●

பேருந்தில் பயணம்
நிறுத்தம் வந்தது!
இறங்கத்தான் மனமில்லை!

●

பேருந்தில்
'கல்வி'தான் பெரிதென்று கூவினான்
முதிர்ந்த 'குடி'மகன்
கேட்டும் இளசுகளுக்குப்
புத்தியில் ஏறவில்லை!

●

ஓடி வந்து ஏறத்தான் வேண்டுமா?
நிறுத்தத்தில்
நீ நிறுத்தினால்
நாங்கள் ஏன்
ஓடிவருகிறோம்?
கூட்டத்தில் பல குரல்கள்!

●

வெயிலில் வாடும் பயிர்கள்
நீரால் அழுகும் பயிர்கள்
இயற்கை அன்னையே
பதில்சொல்?

●

மதத்தால் பிடிக்கப்பட்டவனுக்கு
மதம் பிடிக்கவில்லை!
'மனிதம்' பிடித்தது.

●

நான் மலையேறினேன்
வேகமாய் நடந்தபடி
இறங்கினேன் மெதுவாய்
இயற்கையில் இணைந்தபடி!

●

அவனால் முடியாது!
இல்லை
முடியும்!
அவனிடம்
யாரும் கேட்கவில்லை
உன்னால் முடியுமா? என்று

●

நீட்டி நீட்டி விற்றார்
சந்தையில் முதியவர்
பெட்டி பெட்டியாய்
தீப்பெட்டியை!

●

புதிதாய் இருந்தன
அன்றைய காய்கறிகள்

சந்தையில்!
கடைகளில்
காய்ந்து கருகிக் கிடந்தன
காய்கறிகள்
ஒரிரு நாட்களில்

●

சாலையோரம்
சாக்கடை மேல்
நிறைய கடைகள்
செல்ல வழியின்றி
சாலையைக் குளமாக்கிய
தேங்கிய மழைநீர்!

●

சாலை ஆக்கிரமிப்புகள்
அகற்றப்பட்டன!
புதுக்கடைகள்
அங்கு முளைத்தன
ஒரிரு நாட்களில்!

●

பல மாதங்களாய்
சாலையில்
நடந்து சென்ற
பழைய நினைவுகள்
புதிதுபோல் மலர்ந்தன

அவ்வழிச் செல்லும்போது

●

மலையில்
நின்று பார்த்தேன்!
நகரத்தின்
பெரிய கட்டிடங்கள்
சிறியதாய் இருந்தன;
தெரிந்தன;

●

கண்ணகிக்கும் மாதவிக்கும்
குடுமிப்பிடிச் சண்டை!
கூடிய கூட்டத்தோடு
ஒருவனாய் நின்று
வேடிக்கைப் பார்க்கிறான்
கற்புநிறைக் கோவலன்!

●

அவன் ஆர்வமெல்லாம்
புத்தகங்களில்
மூழ்கி மூழ்கிச் சுவைத்தான்
அறிவின் ஆழத்தை;
அதன் அற்புதத்தை;

●

'ஒன்றுபட்டால் உண்டு வாழ்வு'

வீழ்ந்துகிடக்க
நாம் என்ன வீணர்களா?
இல்லை
நாம் 'வீரர்கள்'

●

இங்கு
காதல் மலர்கிறது
ஓரிரு நொடிகளில்!
காய்ந்து சருகாகிறது
ஓரிரு நாட்களில்!

●

நீ!
நெஞ்சம் நிமிர்ந்து
நடைபழகு!
உள்ள உறுதியுடன்
அறிவைப்பெறு!

●

ஒன்றும் தராமல்
உண்டு
போய்ச் சேர்ந்தான்
மண்ணுக்கு
'மண்' தான் தின்றது!

●

அவன் ஒரு
'புத்தகப்புழு' 'வீணன்'
'அறுவை' 'கோளாறு'
முழுநேர வாசகனின்
பதக்கப்பெயர்கள்!
●

'பாலியல் குற்றங்கள்'
உலகையே உலுக்குகின்றன!
'பாலியல் கல்வி'
கசடறக் கற்பிக்கப்படாததால்!
●

இல்லத்தரசன்,
நீ தினமும்
'வீட்டில்' தானே இருக்கிறாய்?
இல்லத்தரசி,
நீ தினமும்
'வேலைக்கு'த் தானே செல்கிறாய்?
●

நான் நான் நான்
எங்கும் எதிலும் எப்பொழுதும்
ஏங்கும் மனங்கள்
●

'செல்வச் சீமாட்டி'களைத்

தேடும்
இளம் காளையர்கள் சிலர்!
மகளுக்கு ஏற்ற 'செல்வ'னைத்
தேடும்
'பெண்பிள்ளை' பெற்றவர்கள்
பலர்!
●

அனைத்தும் நான்
இழந்துவிட்டாலும்
'அஞ்சிடேன்'
'சோர்ந்திடேன்'
'வீழ்ந்திடேன்'
என் கல்வி காப்பாற்றும்!
●

'எழுத்து' 'சொல்' 'பொருள்'
இலக்கணம் வகுத்தார்
தொல்காப்பியர்.
'இலெட்டர்' 'வோர்ட்' 'மீனிங்'
என்கிறான்
தமிழ் மாணக்கன்.
●

வாழைப்பழங்களை
விற்றுப் பிழைக்கும் கிழவர்!
நம் நவீன இளைஞனுக்கு

ஏது பிழைப்பு?
●

மகன் மகள்
கல்லூரியில்
என்று பெற்றோர்கள்!
மகன் மகள்
இன்பச் சுற்றுலாவில்
உடன் உற்ற நண்பர்கள்!
●

நீ ஏன் இன்னும் படிக்கிறாய்?
என்றான் ஒருவன்.
நான்
'நீ ஏன் தினமும் உண்கிறாய்?
என்றேன்.
●

கண்களில் துடிப்பு
உடலில் உணர்ச்சி மேலோட்டம்
மனதில் நின்ற
நினைவுகளின் அலைகள்
இந்தக் கையெழுத்துப்பிரதிகள்!
●

மரக்கிளைகள் முழுவதும்
உன் வருகையை அறியும்

நீ வராத நாட்களும்
உண்டோ?
என் செல்ல அணிலே
●

நிழலில் நின்றேன்
நீண்ட நேரம்!
என்னை விரட்டவில்லை
அந்த மரம்!
●

விருதுக்காக
விலைப் போவதில்லை
விடயமுள்ள எழுத்தாளனின் எழுத்துக்கள்.
●

'மது' 'மாது' 'சூது'வில்
விழுந்துவிடாதே!
என்றனர் முன்னோர்.
பாழுங்கிணற்றில்
தெரிந்தே விழுங்கின்றான்
இன்றைய இளைஞன்.
●

அவளைப் பார்க்காமல்
இருக்கமுடியவில்லை
காரணம் தெரியவில்லை

'சொற்பாவை' அழகில் நீண்டநேரம்!
காமக்கிறுக்கோ
காதல் கிறுக்கோ அல்ல!
ஆழ்ந்த அன்பு!
ஆர்வமிகுதி!
●

கதைக் கதையாய்
கதைத்தோம்!
கதைத்த கதைகள் தான்
புரியவில்லை!
நீ சொன்ன கதைகள்
ஏனோ இன்னும்
என்னில் சிதையயவில்லை!
●

இருளா? ஒளியா?
மனக்கண்ணுக்குத்
தெரிந்ததெல்லாம்
நேர்மை! அல்லது கயமை!
●

வீணாகப் பொழுது
விரைவில்
கரைகிறது!
உப்பாய்!
சருக்கரையாய்!

●

நேற்று கண்டேன்!
இன்று காணவில்லை!
நாளை நான் காண்பேனோ?
பதில்சொல் மனமே!

●

'வலி'கள் ஏராளம்
வரிசையாய் வருகிறென்றால்
'வலிமை'கள்
உன்னிடம் என்னிடம்
ஏராளம் என்று அர்த்தம்

●

உன்னை நாடினாலும்
நாடாவிட்டாலும்
அறிவை மட்டும் நீ நாடு!

●

நாக்கு சுழல்கிறது
பற்சிறைக்குள்
வேகம் குறையயவில்லை!

●

நின்றேன்! அமர்ந்தேன்!
இயற்கையின் மடியில்
ஏன்?

என்ன?

எதற்கு?

கேட்க யாரும் வரவில்லை!

●

நீர் வற்றிக் காய்ந்த

வண்டல்மண் வெடிப்புகள்

சொல்லும்

பஞ்சக்கதையை!

●

வளைந்து நெளிந்து

ஓடும் பாவை

எங்கோ

ஓரிடத்தில்

சங்கமம் ஆகிறாள்.

●

எத்தனை எத்தனை

உயிர்கள் வாகனங்கள்

செல்கின்றன

என்மேல்

தோய்ந்த உள்ளத்தோடு

தேய்ந்த சாலைகள்

●

முதலில்

விதையாக விழுந்தது
மனம் எனும் மண்ணில்!
காலங்கள் காயங்கள்
தான்
அதற்கு ஈரப்பதம்!
முளைவிட்டு ஈரிலையானது
மரமாக வளர்ந்து
நெடிதானது
பூப்பூத்துக் காயானது
கனியாகி மீண்டும்
விதையானது
இலட்சிய கனவு!
●

குன்றுகள் குன்றி
குன்றின்மணி ஆனாலும்
ஆர்வம் குறைவதில்லை!
ஆளை விடுவதில்லை!
●

போகட்டும்!
எல்லாம் என்னைவிட்டு
தொலைந்துபோகட்டும்!
ஒருநாள்
எல்லோரும் தொலைந்துவிடுவர்!
●

நல்ல புத்தகங்கள்
எளிதில் கிடைப்பதில்லை
எளிதில் கிடைக்கின்றன
மலிவான மட்டமான
புத்தகங்கள்
●

களைகள்
பயிர்களைவிட
வேகமாய் வளர்ந்தன
அந்த வயலில்
வளர முயலும்
பயிர்கள் விடுகின்றன
ஏக்கப் பெருமூச்சு!
●

உடல் வற்றி
எலும்பு உடலோடு
உள்ள உறுதியுடன்
இயங்குகின்றான்
இயந்திரமாய்
அந்த வேளாண்மைக்காரன்!
●

வயல் வரப்புகளில்
எலிகளின் வளைகள்
எலிகள் விரைவில் தண்டிக்கப்படும்

●

கற்களும் புற்களும்
நிறைந்த நிலம்
வறண்டு கிடக்கிறது
வரப்போகும் மாமழை
எப்போது வருமென்று
காத்துக்கிடக்கிறது!

●

புத்தகங்கள்
நிறைந்துள்ள மேசை
வாசிக்காமல் வைத்துள்ளாயே
என்றேங்கும்
என் மனம்!

●

காலை விடியல்
பறவைகளின் கானம்
வானத்தில்
புகைமேகங்களின்
காணக் கிடைக்கா ஓவியங்கள்
புல்லின் பனித்துளிகள்
மலர்ந்த மலர்கள்
காணக் கண்கள் ஏங்கும்!

●

உடல்

கடுங்குளிரால் வாடுகிறது
இரவில்!
வியர்வையைக் கொட்கிறது
பகலில்!
●

கிணற்றில் நீரே
வற்றுகிறாய்! ஊறுகிறாய்!
நீயும் மனிதமனம் போலத் தானா?
●

கேள்விகளுக்குப் பஞ்சமில்லை
என்னிடம்
விடைகளைத் தேடியலையும்
என் ஆவல்!
●

இருளைக் கீறும்
ஒளிக்கீற்றுகள்
தினமும் கவ்வப்படுகிறது
இரவில்!
●

நீண்ட வரிசை
நீட்டிய கரங்கள்
மதியஉணவு வண்டியை நோக்கி
●

ஊனம் போகுது! வருது!
ஏளனம் புறணி பேசும்
மனம் ஊனமான மாக்கள்
மாற்றம் படைக்கும்
நம்
மாற்றுத் திறனாளிகளுக்கு
என்றும் ஏற்றமே!
●

அவள் நல்ல பெண்!
அவன் நல்ல பையன்!
இடையில் தரகர்கள்
தான் சரியில்லை!
●

நீண்டதொரு சாலை
நடக்கும் கால்கள்
பெரிய நடைப்பயணம்
கிடைத்த பரிசு
கால்களுக்கு வலி.
●

ஏழ்மை பசி அடிமைத்தனம்
வரலாற்றுச் சுவடுகள்
மாற்றும்
உயிருள்ள உணர்வுள்ள உன்னை!
●

மேசையில் வெள்ளைத்தாள்கள்
கையில் எழுதுகோல்
எதை எழுதலாம்?
யோசிப்பதில்லை!
எழுதித் தள்ளியதில்
ஒன்றிரண்டுதான் மிச்சம்! எச்சம்!

●

அவள் கண்கள்
பேசிய
மௌன மொழியைப்
படித்த எனக்குள்
ஆழ்ந்து படிந்தது!
பதிந்தது!

●

புதுத் தண்ணீரோடு
குளத்தில் நுழையும்
அழகு மீன்கள்
குளத்தில் நீந்துமா?
குழம்பில் மிதக்குமா?

●

முழங்கால் நீர்
சிறிய குட்டை
மீன் தூண்டில்கள் ஆயிரம்
எதாவது சிக்குமா?

●

நிறைய வெள்ளைத்துண்டுகள்
வானில் பறக்கின்றன
குளத்தையே வட்டமடிக்கின்றன!

●

கடுஞ்சொற்கள்
அவமானங்கள்
தொடர்த்தோல்விகள்
நீ பெறப்போகும்
வெற்றிக்கு உரம்

●

விடாதே!
விட்டு விடாதே!
துரத்து
அதைத் துரத்திக்கொண்டேயிரு!
உன்னிடம் சிக்கிடாமலா போய்விடும்?
உன் வெற்றி!

●

பேருந்து வந்ததும் ஓட்டம்
நின்றதும் ஏற்றம்
நிறுத்தத்தில் இறக்கம்
பயணித்துப் பார்ப்பதில்
ஒரு கிறக்கம்!

●

நாட்காட்டி காட்டும்
நாட்களைக் கடந்து செல்கிறோம்
தினமும்
மீண்டும் திரும்பத்தான்
முடியவில்லை!
●

வெள்ளைத்தோள் கறுப்புத்தோள்
ஆணோ பெண்ணோ
இரத்தத்தின் நிறம் சிவப்பு
●

உப்புத்தண்ணியோ
ஊற்றுநீரோ
தண்ணீர்
தண்ணீர்தான்!
தாகத்தில்
சுவைக்கும்போது
●

பறவைகளின் எச்சங்கள்
விலங்குளின் எச்சங்கள்
பரப்புகின்றன
மனித எச்சங்கள்
சுருக்குகின்றன
வனத்தை
●

நான் நீதிமான்
உடனிருந்த எனக்கு
தண்டனை எதற்கு?

●

நீண்ட உறக்கம்
அளவுக்கு மீறும் உணவுகள்
எப்போதும் பொழுதுபோக்கு
சோம்பல் ஈன்ற முக்குழந்தைகள்!

●

விரல்கள் பத்தும்
பார்ப்பதற்குத் தனித்தவை
ஒன்றிணைந்தால்
எதுவும் செய்பவை

●

சாலையின் ஓரம்
கவனிப்பாரற்றுக் கிடக்கிறது
சுமைதாங்கிக்கல்!

●

கவிதை
ஒரு சிந்தனை!
கவிஞனின் உள்ளக்குமுறல்!
உணர்ச்சிகளின் ஊற்று!
கருத்தும் கற்பனையும்

கவிந்த சாறு!

●

முழங்கால் அளவு
தண்ணீர் கிடக்கிறது
நிலத்தில்
கட்டப்படும் கட்டிடம்
நிலைக்குமா?

●

அலுவலக படிகளை
ஏறி ஏறி இறங்கினேன்
தேய்ந்தது
செருப்பும் படிக்கட்டும்
ஒருநாள் விடியல் வரும்.

●

கிணற்றில் நிறைய தண்ணீர்
சின்ன சின்ன தவளைகள்
பச்சைப் பாசான்கள்
பச்சைத் தண்ணீரைப்
பார்த்துக்கொண்டிருக்கலாம்!

●

விண்மீன்கள் கூட்டத்தை
எண்ணிவிட முடியுமா?
ஏன் முடியாது?

மனிதனால் முடியாததும்
ஒன்றுண்டோ?
●

தீண்டும் இன்பம் இன்பமோ?
இல்லை இல்லை
இல்லையே!
தேடல் இன்பம்
சுகம் சுகம்
பேசும் இன்பம் இன்பமோ?
இல்லை இல்லையே
மௌனமே என்றும்
சுகம் சுகம்
நாளை உண்டா இன்பம்
இல்லை இல்லையே
நாளும் உண்டே இன்பம்
இன்பம்!
●

அக்கம் பக்கம்
பார்த்துப் பேசு
ஆளை விழுங்கும்
உலகமடா இது!
●

ஓ காற்றே!
ஓ காற்றே!

ஓடிப் போகிறாயே
அயலவனைத் தேடி
உன் வரவை
எதிர்பார்க்கும் எனக்கு
வியர்வைதான் பரிசா?

●

சாளரமே! சாளரமே!
என்னைச்
சிறைசெய்த மமதையில்
என்னைத் தீண்ட முயலும்
காற்றைத் தடைசெய்கிறாயா?

●

பச்சைப் பசேலென வயல்வெளிகள்
ஆற்றங்கரையோர கோரைப்புற்கள்
பார்ப்பதற்கும் படிப்பதற்கும்
ஆசைதான்!

●

நீங்களும் நானும்
என்ற சொல்
நீயும் நானும்
என்றாகாதா?

●

ஆகா..

எத்தனை எத்தனை!
ஓகோ...
எவ்வளவு பெரிது!
அடடே!
பெய்யாமல் செல்கின்றனவே மேகங்கள்!

●

வெயில் கீற்றுகள்
வெளியில் நீள்வதுபோல்
நீள்கின்றன
ஓட்டைக் குடிசையின்
உள்ளே!

●

கசக்கும் கற்றாழைக்குள்
வெள்ளை வெளீரென
இவ்வளவு
பனிக்கட்டிகளா?

●

நான் கொஞ்சம்
உனைக் கொஞ்சுகிறேன்!
ஆம் என்று சொல்
கெஞ்சிக் கேட்கிறேன்!
அள்ளி வளர்த்த அழகு நாயே!

●

கார்மேகங்களே
நீங்கள்
கறுத்துவிட்டோம் என்றா
கண்ணீர் சிந்துகிறீர்கள்?
●

நாங்கள்
நாடோடிகள்!
நாட்டுக்குள் ஓடிகள்!
நாட்டை விட்டோடிகள் அல்ல!
●

முரசு கொட்டுகிறது
மேளம் முழங்குகிறது
நமக்கில்லை
மரியாதை!
●

என்னைக் கடைந்தெடுத்த
காயங்களைக் காலங்கள் கடந்து
நினைத்துப் பார்க்கிறேன்
புன்னகைத் தான் வருகின்றது!
●

அந்த மாங்கொட்டையை
தூக்கிளறிந்தேன்
சாக்கடை நோக்கி

முளைத்துக் கன்றாகி விட்டதே!
என்னைத் தூக்கி
எறிய நினைத்தேன்
எரிச்சல் தான் மிஞ்சியது.

●

கால்நடைகளோடு
கால்நடையாகப் பயணித்தேன்
கால்களில்
வலிதான் வந்தது.

●

இரு சாலையிலும்
புளிய மரங்கள்
பந்தல் போட்டு நிற்கின்றன!

●

கட்டுக்குள் வைக்க
எதை எதையோ
முயற்சிக்கிறேன்
மனதை மட்டும்
முடியவில்லை.

●

தமிழ்ப் படித்தவர்களிடம்
ஜாக்கிரதை!
அவர்களிடம்

ஏளனப்பேச்சு கொடாதே!
கொடுத்தால் நீ கெட்டாய்!

●

அச்சப்படாதே!
கேள்வியைக் கேட்கவும்
கேள்வி கேட்பவனைக் கண்டும்

2. நுங்கு

நான்கு பனைகள்
குளக்கரையில்
நீண்டகாலமாக
நிற்கின்றன நிலைமரமாய்!
●

பல தலைமுறைகள்
பல்கி பெருகாமல்
தனித்து நிற்கின்றன
அந்த ஆண் பனைகள்!
மேலே பனையோலைகள்
கீழே காய்ந்த ஓலைச்சருகுகள்
அருகில் புதர்க் கூட்டம்
அப்பாலிலே பெரிய கரை
●

அன்றொருநாள்
குளக்கரை மணலில்
விளையாட வந்த
சிறுவர்க் கூட்டம்
மரத்தை உற்றுப்பார்த்தது
●

ச்சீ!

இது ஆண்பனை!

நுங்குகள் இல்லை!

கவலைத் துளிர்த்தது

சிறார்களிடம்

வெறுப்பே முடிவில்

எஞ்சி நின்றது!

சிறுவன் கபிலன்

சொன்ன விளையாட்டை

கவலை மறக்க

விளையாடும் சிறார்கள்!

ஆ ஆ! பார் பார்! ஏ ஏ!

வா! வா! ஓடு! ஓடு!

சிறார்க் கூச்சல்

கிழித்து எறிந்தது

குளத்தின் அமைதியை

●

மகிழ்ச்சிக் கூச்சலும்

கேலிப்பேச்சும்

குளக்கரையைத் தாண்டி

எங்கும் எதிரொலித்தன!

சிறாரின் இருப்பைப் பறைசாற்றின!

●

அந்நேரத்தில்

குட்டைக்கிழவியின்

அருமைமாடு
கிழவியின் பிடியை
இழுத்துத் தளர்த்தி
கயிற்றுடன்
கணநேரத்தில் கம்பி நீட்டியது!
குளக்கரையின் அருகில்
குட்டைக் கிழவியின்
மாட்டுத் தொழுவத்தை
மனம் திரியாச் சிறார்கள்
அறிந்தும் இருந்தனர்
அடிக்கடி
கிழவியின் ஏச்சுப்பேச்சுக்கு
இலக்காகியும் இருந்தனர்!
●

கயிற்றுடன் மாடு
குடுகுடுவென ஓடி
கடந்துசென்றது சிறார்களை!
மாட்டைப் பிடியுங்கள்!
மாட்டைப் பிடியுங்கள்!
கிழவியின் கூப்பாடு
குளத்தில் விளையாடும்
குழந்தைகள் விளையாட்டை
குலைத்துவிடுகிறது
●

பதில்தான் இல்லை!

பார்த்தும் கேட்டும்
தாங்கள்
பார்க்காது கேட்காதுபோல்
சிறார்கள் விளையாட்டு
சீரியமுறையில் தொடர்கிறது!
●

குளக்கரையை நோக்கி
ஓட்டமும் நடையுமாக
ஓடிவருகிறாள்
குட்டைக் கிழவி!
கிழவியின் ஓட்டத்தை
வாத்துநடையுடன்
ஒப்பிட்டுக் கொள்ளெனச்
சிரிக்கும் சிறார்கள்
கிழவிக்கும் காதில்
விழத்தான் செய்கிறது
●

மாட்டைப் பிடிக்க
திட்டம் தீட்டுகிறாள்
குட்டைக் கிழவி
கணநேரத்தில்
என் மாட்டைப்
பிடித்துக் கொடுத்திருந்தால்
இன்று வெட்டிய
இனிய நுங்கினை தந்திருப்பேன்!

வயதான கிழவியைக் கண்டு
வீண் நகைப்பு ஏன்?
சின்னஞ் சிறுசுகளே!
சுவைப்பீர்! அருமை நுங்கை!
வாய்ப்பிளந்து நிற்காமல்
விரைந்து பிடியுங்கள் மாட்டை!
குட்டைக்கிழவியின்
குள்ளநரித்திட்டம்
செயல்பட ஆரம்பித்தது.

●

சிறார்களுக்கு அன்று
விடுமுறைநாள்
நுங்கு தின்றால்
இன்னும் இனிதாயிருக்கும்
என்று எண்ணியிருந்தனர்
என்பதால்
குட்டைக் கிழவியின்
சலுகையைக் கேட்டதும்
மாட்டைத் துரத்திப்பிடிக்க
ஓட்டம் பிடித்தனர்!

●

சிறார்கள் பின்தொடந்தாலும்
பிடிக்க முடியவில்லை
போக்குகாட்டும் அந்த
அருமைப் பசுமாட்டை!

நெல் வயிலில்
புகுந்து ஓடியும்
கடலைக் காட்டில்
மிதித்துக் குதித்தும்
●

புழுதிக்காட்டில்
புழுதியைக் கிளப்பியும்
தரிசுநிலத்தில்
போய்ச் சேர்ந்து
முள்வேலியைத் தாண்டி
ஓட்டம் பிடித்தது அந்தமாடு!
துரத்தும்
சிறார்ச் செருப்பில்
முட்கள் முத்தமிட்டுப் பாய்ந்தன!
விரல்களைக் கீறின
கூர்மையானக் கற்கள்!
●

முட்டியில் காயம்
மணிக்கட்டில் காயம்
முகத்தில் காயம்
முதுகில் காயம்
பீறிட்டது குருதி!
வெள்ளை மணலில்
சிவப்பு நிற
இரத்த துளிகள்

நுங்கு கிடைக்குமென்ற
ஆசை ஆர்வம்
காயங்களின் வலிகளை
மறைத்தன!
ஓட ஊக்கமூட்டின!
குட்டைக் கிழவி
நடைத் தளர்ந்து
தடுமாறினாள்!

●

மாடு தடம்மாறித்
திரும்பியது குளக்கரைக்கு!
சிறார்களின் ஓட்டம்
நிற்கவில்லை
ஆவின் கயிற்றைக்
காலில் மிதித்தான்
கபிலன்!
பின்தலை அடிபட
விழுந்தான் மணலில்
மாட்டின் ஓட்டம்
தடைப்படவில்லை!

●

மாடு ஓடுடியது
குட்டைக்கிழவியின்
தொழுவை நோக்கி!
ஆழ்ந்த பெருமூச்சு

குட்டைக் கிழவிக்கு!
ஓடிவந்தக் களைப்பில்
அதிக உயிர்வளியை
உள்ளிழுக்கும் சிறார் கூட்டம்!
அருமை மாடு
ஓடிவந்த களைப்பில்
தவிடு புண்ணாக்குப் போட்டுக்
கலந்த தண்ணீரைத்
தாகம்தீர குடித்தது!
●

குட்டைக் கிழவியைக்
கட்டிய கிழவன்
மாட்டைப் பிடித்துக்
தொழுவில் கட்டுகிறான்
வைக்கோல் வைக்கிறான்
மும்முரமாய்
கீழே விழுந்த கபிலனை
கிழவி கண்டும்
கருத்திற்கொள்ளவில்லை
எழுந்து கபிலன்
தோழர்களை நோக்கி ஓடினான்
தாறுமாறாய்
●

கிழவிக்குப் பசுமாடு
திரும்பி வந்ததில்

மகிழ்ச்சி! குதூகலம்!
முகத்தில் பளீரென்ற ஒளி!
மாட்டைத் துரத்தி
வந்த சிறார்கள்
தொழுவுக்குள் செல்லாமல்
வெளியில் நிற்கின்றனர் அமைதியாய்
கிழவனையும் மாட்டையும்
எட்டநின்று பார்க்கின்றனர்
வியர்வையோடும் உடன்
காயங்களோடும்
கிழவியும் வந்து சேர்கிறாள்
தொழுவுக்கு!

●

மெல்ல மெல்லத் தொழுவிற்குள்
கபிலன் கால்கள்
உள்ளே நுழைகின்றன!
திரும்பி பார்த்த
குட்டைக் கிழவி
கனியிருக்க காய்கவர்ந்தாள்
ஏய்! நாயே!
ச்சீ! வெளியே போ!
குட்டைக்கிழவி
பற்களை நறநறவெனக்
கடித்து கத்துகிறாள்!
கன்றுகுட்டியைத் நாடிப்போன
கபிலன் கால்கள்

நடுங்கி நின்றன!
களைப்பில் ஒடிங்கின
முன்னே செல்லாமல்!
நாயே! நீ என்ன சாதி!
நாங்கள் என்ன சாதி!
ஒரு தராதரம் வேண்டாம்
விரைவாய் போ!
வெளியே!
இழிந்தோர்க்கு என்வீட்டு
தொழுவில் இடமில்லை
போய்த் தொலையுங்கள்
குட்டிப் பிசாசுகளே!

●

குட்டைக் கிழவியின்
கடுஞ் சொற்கள்
சிறார்களை உலுக்கியது
விளையாட்டில் சிரித்த சிறார்கள்
இந்த விளைவில் சிரிக்கவில்லை!
குட்டைக்கிழவியின்
தொழுவின் ஓரத்தில்
நிறைய பனங்காய்கள்
குவியல் குவியல்களாக
கண்டான் அதியமான்
குட்டைக் கிழவியின்
நாய் வாலாட்டி நின்றது
கிழவி

குரைத்துக் கொண்டிருந்தாள்!
●

நுங்..... என
அங்குச் சொல்லப்போன
அதியமான்
வாயைப் பொத்தினான் பெருவழுதி
கேட்டுவிட்டது கிழவிக்கு
நுங்காவது மயிராவது
போய்த்தொலையுங்கள் சனியன்களே!
தடிக்கோலை எடுத்து வீசினாள்
குட்டைக்கிழவி!
●

சிறார்களின் கால்கள்
குளக்கரையில் மெல்ல
நடைதளர்ந்து நடந்தன
இன்னும் முடியவில்லை
கிழவியின் வசை!
முடிந்துவிட்டது
சிறார்களின் நுங்கு ஆசை
கிழவியின் அநாகரீகப்பேச்சுகள்!
சிறார்களின்
உடலை மனதை
சிதைத்துவிட்டன
சிதறவும் விட்டன
●

குளக்கரையும் நான்கு பனைமரங்களும்
தவிர இதுவரை
ஏதுமறியா சிறுசுகள்
மனதில்
ஊசலாடின
உதயமாயின
உன் சாதி என்ன? என் சாதி என்ன?
எனும் நச்சுக்கேள்விகள்
●

குளக்கரையில் இன்றும்
நாற்பனைகள் நன்றாக
நிலைத்து நிற்கின்றன
என்றோ ஒருநாள்
அந்த நாற்பனைகள் அழியும்!
நாம் ஒன்றிணைந்தால் தான்
சாதிப்பிரிவினைகள் அகலும்!
●

சாதிப் பிரிவினைகள்
நீங்கட்டும் பாப்பா!
எங்கும் சமத்துவம்
பரவட்டும் பாப்பா!
நாம் பிரிந்து
நிற்கலாகாது பாப்பா!
நீயும் நானும்
மனிதர்கள் தானடி பாப்பா!

வேற்றுமைப் பார்த்தால்
முன்னேற முடியாதடி பாப்பா!

●

ஒற்றுமையுடன் நாம்
அனைவரும் ஒன்றி
வாழ்வோமடி பாப்பா!
யாதும் ஊரே யாவரும் கேளிர்
முழங்குவோம் பாப்பா!
நம்மில் நாம்
மேல் யார்? கீழ் யார்?
வினாக்கள் வீணடி பாப்பா!
வேற்றுமையில் ஒற்றுமையைக்
காணடி பாப்பா!

●

3. அவனும் அவளும்

அவனும் அவளும்
ஆடைகள் அணிந்திருந்தனர்
ஆடைகளில் குறைகளில்லை
அவர்கள்
அழகிற்கு பஞ்சமில்லை
இருவரும் உலவுகின்றனர்
இன்பந்தேடி இப்பூமியில்
●

ஒரு சிற்றூரில்
கணவன்-மனைவி முன்
தோன்றினர் இருவரும்
அவனையும் அவளையும்
கண்ட தம்பதிகள்
ஆச்சரியப்பட்டனர்
அமைதியை இழந்துக்
கேட்டனர் கேள்விகளை
நீங்கள் ஊருக்குப் புதியவர்களா?
இருவரும் நகர்ப்புறமோ?
என்றேகினான் கணவன்
இல்லை! என்றனர்
அவனும் அவளும்
●

தம்பி! நீங்க என்ன
வேலைப் பார்க்கிறீங்க?
மாத ஊதியம் எவ்வளவு?
நாளுக்கு நாள்
விலைவாசி ஏறுகிறதே!
என் மனைவிக்கு
வைரவளையல் தான் வேண்டுமாம்!
என்னால் தாக்குப் பிடிக்கமுடியவில்லை!
உங்கள் இருவரின்
அமைதியும் புத்துணர்வும்
ஈர்க்கிறது எங்களை
என்றான் கணவன்

●

இருவரும் பதிலளிக்கவில்லை
புதுமணத் தம்பதிகள்
தேனிலவு மகிழ்ச்சிக்காக
சுற்றுலா வந்திருப்பார்கள்!
நீங்களும் தான் இருக்கீங்களே!
குடியும் கூத்தும் சூதுமாக!
சம்பாதிக்கும் பணத்தை
அற்பத் தனமாக
செலவு செய்யும்
உங்களுக்கு

●

நான் கேட்ட

சொற்ப வைர வளையல்கள்
வெறுப்பூட்டுகின்றதோ?
வெளி மனிதர்களிடம் முன்பு
அவமதிக்கின்றீர்கள் என்னை!
வேதனையில் ஆழ்த்துகிறீர்கள்!
புலம்புகிறாள் மனைவி
கணவன் மனைவிக்குச் சண்டை!
மறைகின்றனர் அவனும் அவளும்
●

ஒரு நவீனப்பெண்
நகர்ப்புறத்தின்
சாலையில் காண்கிறாள்
அவனையும் அவளையும்
●

நவீனப்பெண்ணின் கவனம்
அவளின் பக்கமே
அவன் பக்கமில்லை
நீண்டநேரம் ஆனது
கேட்கலாமா?
இல்லை வேண்டாமா?
என்றெண்ணி நிற்கிறாள் நாகரீகப்பெண்!
அவளுக்கும் அப்பெண்
நிலை புரிந்தது
பெண்ணின் மனது ஒரு
பெண்ணுக்குத் தானே தெரியும்!

●

உன் மனதில் தோன்றியதைக் கேள்!
என்று அவள் சொன்னதும்
கேட்கிறாள் நாகரீகப்பெண்!
அழகாய் இருக்கிறீர்களே?
எந்த முகப்பூச்சு
பயன்படுத்துகிறீர்கள்?
ஆடை உயர்ந்த ரகமோ?
எவ்வளவு பணம்
இந்த ஆடை?
அவள் ஆடையைத்
தொட்டுப்பார்த்து
இவ்வளவு மென்மையாக இருக்கிறதே?
நிறம் தான் வெளிர் நிறமாக உள்ளது
அடிக்கடி இந்த
ஆடையைத் தான்
விரும்பி அணிவீர்களோ?
அடுக்கடுக்கான கேள்விகள்
மறைகின்றனர்
அவனும் அவளும்
●

சற்று நேரத்தில்
சந்தித்தனர் இருவரும்
நவீன இளைஞனை
கைகளில் திறன்பேசி
விரல்களால்

அதை வருடிக் கொண்டேச்
சென்றான்
●

அவனை மோதித்
தள்ளிவிட்டு
நவீன இளைஞன் நகர்கிறான்
கவனமெல்லாம் திறன்பேசியிலே
கண்டுகொள்ளவில்லை இருவரையும்
அவனும் அவளும்
மறைகின்றனர்
●

அவன் அவளிடம்
பசுமை வயல்வெளிகளை
கண்டுகளிக்கவே
சிற்றூர்க்குச் சென்றிருந்தோம்
அங்கு கணவன்-மனைவி புலம்பல்
கட்டிடங்கள் மாளிகைகளை
கண்டுகளிக்க நகர்ப்புறம் வந்தால்
நவீனப் பெண்ணின் புலம்பல்
நவீன இளைஞனின் மோதல்
மனிதர்களுக்குப் புலம்பல்
கூடப் பிறந்தது போல
வானுலகில் இருந்து
கீழே பார்த்து
பல நேரங்களில்

மனிதனாகப் பிறந்திருக்க கூடாதா?
என்றெண்ணி பித்துப்பிடித்து
ஏங்கியிருக்கிறேன்!
வெட்கித் தலைகுனிகின்றேன்
இப்போது!
இனி நான் ஏங்கப்போவதில்லை!
என்று முழங்கினான் அவன்

●

அவள் அவனிடம்,
ஏது உலகத்திற்கு
வந்ததும் மனிதர்களைப்
போன்று புலம்புகிறீர்களே!
ஒன்றிரண்டு மனிதர்களைக் கண்டு
அனைவரும் அப்படித்தானென்று
முடிவு செய்வது தகுமா?
ஒருபானைச் சோற்றுக்கு
ஒருசோறு தானே பதம்!

●

அந்த நாகரீகப் பெண்ணை
வைத்த கண் வாங்காமல்
பார்த்தீர்கள்!
நீங்கள் சரியில்லை!
பூமிக்கு வந்தவுடன்
அச்சசோ! நான்
அப்படி இல்லை

உலகத்திற்கு வந்ததும்
உனக்குச் சந்தேகப் புத்தி
உடன் வந்துவிட்டதோ?
●

உண்மையில்
பூமி ஆண்களைப் போல
நான் இல்லை
என்னை நம்பு
கிளம்பிவிடலாம் நம் உலகத்தற்கு
●

அவள் அமைதியடைந்த பாடில்லை
ஒருவாறு அவனுடம் பயணக்க
முடிவெடுத்தாள்
●

வாக்குவாதம் முடிந்தது.
மேகக் கூட்டங்களோடு பறந்தனர்
அவளும் அவனும்
அவனையும் அவளையும்
கேட்க யாருமில்லை!
காடுகள் சமவெளிகள்
பள்ளத்தாக்குகள்
மலையுச்சிகள் பீடபூமிகள்
சதுப்புநிலங்கள்
ஆழ்குகைகள் எரிமலைகள்

ஆறுகள் கடல்கள்
சுற்றித் திரிந்தனர்
மீண்டும் மாயமாய்
மறைந்தனர்

சொற்பாவை

ஆறுகள் கடல்கள்
சுற்றித் திரிந்தனர்
மீண்டும் மாயமாய்
மறைந்தனர்

* 9 7 9 8 8 8 8 3 3 8 7 5 9 *